கள்ளியின் கிறுக்கல்

நர்மதா

ஏலே பதிப்பகம்

கள்ளியின் கிறுக்கல் – கவிதை
© நர்மதா 2021
எழுத்தாளர்: நர்மதா
முதல் பதிப்பு: நவம்பர் 2021

வெளியீடு:
ஏலே பதிப்பகம்
5/175, பாத்திமா நகர்,
கூத்தென்குழி,
திருநெல்வேலி – 627104
தொடர்புக்கு: 9944992571

Kalliyin Kirukalkal - Poetry
All Copy Rights Reserved By © Narmatha 2021
Author: Narmatha
First Edition: November 2021

Published By:
Aelay Publish
5/175, Fathima nagar,
Kuthenkuly,
Tirunelveli -627104
Phone: 9944992571

Design And Executed by

கள்ளியின் கிறுக்கல்

என் இதயத்தை திறந்து, என் எழுத்துக்களோடு பயணிக்க வந்த அனைவருக்கும் வணக்கம். சிறு சிறு இரசனையும் வாழ்வை அழகாக மாற்றும் என்பதை என் வரிகளால் உங்களுக்கு உணர்த்தவே இக்கவி நூல். நான் இரசித்த இந்த உலகை என் பார்வையில் உங்களையும் இரசிக்க வைப்பதே என் நோக்கம். கவனமாக பக்கங்களைத் திருப்புங்கள், என் இதயத்தின் வெட்கத் தூறல்களை தூவியிருக்கிறேன். ஒருவேளை அது உங்கள் இதயத்தை கொள்ளையிட்டு விடலாம். எனக்கு உதவிய அனைவருக்கும் நன்றி ...என் இதயத்தின் மொழியை உங்கள் நேரம் செலவழித்து இரசிக்க வந்ததுக்கு ரொம்ப நன்றிங்க ... ஒவ்வொரு வார்த்தையையும் இரசித்து ருசித்து படிங்க ...

கள்ளி::

கருமேகங்கள் சூழ்ந்து கொண்டு
இடி முழங்கி வாழ்த்து பாட
தாயொன்று வலியால் கதறுகிறாள்
நீண்ட நாள் ஏக்கம் நிறைவேறும் தருணம்!
அதை பார்வை கொள்ள இயலாமல்
உணர்வு அடக்கத் தெரியாத தந்தையாம் அவன்
உதிரம் பீறிற்று! உயிரின் விளிம்பில்
இப்பூமியை முதல் முத்தமிட்டாள் ஒருத்தி
கண்ணீர் துளியை பரிசாய் விடுத்து
ஏக்கத்தை ஏந்தினர் கைகளில்
எம்பெருமானுக்கு பெண்வேடம் இட்டாற்போல்
மூச்சுக்கொரு முறைப்பு, கோவக்காரியோ அவள்!
மாறாக, அன்பால் புவியை கட்டிப் போட
பிறந்தவளோ? புரியாத புதிராய் கள்ளச்சிரிப்பு!

தவழும் தாரகை:

பெற்றெடுத்த பெண் புதல்விக்கு
பெயரொன்று சூட்டும் நன்னாள் இதுவே!
அருவியாய் நெல்மணியைக் கொட்டி
பச்சரிசியாய் சிரித்த அவள் பெயரெழுத!
தேனீக்கள் படையெடுத்தது இந்நந்நாளுக்கோ
அவள் நாவிலே சுவையை பரிசளிக்கவோ!
இருள் சூழ்ந்த வானில் தவழும்
நிலவு போல், பௌர்ணமி இருட்டோ அவள்!
வெள்ளைப் போர்வை தேவைப்படும் இப்புவிக்கு
இவள் கருமை வரமா! சாபமா!
உண்மையாய் இருக்கும் உறவுகளுக்கே
அவள் வினாவற்ற விடை !
முகமூடிக்கு ...
புரியாத புதிரொன்றே பதில் !..

வா! மனமே வா!::

வர்ணிக்க துடிக்கும் வாழ்க்கைப் பாதை
வண்ணங்கள் தூவிய எண்ணங்கள்!
பார்க்க ஏங்கும் எதிர்பார்ப்புகள்
பார்த்து விட்ட எதார்த்தங்கள்!
வேண்டி நின்ற இன்பங்கள்
வேண்டா மென்ற துன்பங்கள்!
வளைவற்ற பாதை என்றிருக்க
திருப்பம் ஒன்று இங்கு பேரதிர்ச்சி!
விண்ணை முட்டிய ஆசைகள்
வீழ்ந்து கிடந்த யோசனைகள்!
வெறுமையாகிப் போனது வாழ்க்கை
களை பறித்திடுவோம் வா!

வெற்றிடம்::

ஏன் என்ற கேள்வி?
வாழ்வோடு கோப உரையாடல் நேரத்தில்!
நிராகரிப்புகளோடு இந்த கண்ணீர்
மறுகணமே வலியோடு இப்புன்னகை!
வாழ்வோம்! என்பதா வாழ்க்கை
வீழ்ந்தாலும் வாழ்ந்து காட்டுவோம் என்பதல்லவா!
வெற்றிடம் ஆகிப் போனது தவறென்றால்
நிரப்ப முயற்சிக்காத நாமும் தானே!
கண்ணீரை மறைக்கவா இந்த மழை
நீ இரசித்து ஆடிப்பாட இல்லையா!
நனைகிறாய் என்ற வருத்தமா?
மழை கட்டியணைத்து முத்தமிடுகையில் கூடவா!

தொடரு பயணத்தை::

நின்ற இடம் குழியென்றால்
நகர்ந்து நிற்க ஏன் யோசனை!
மீண்டும் மீண்டும் விழுகிறாயா?
நின்றால் தானே குழியென்ற கவலை, ஓடினாலும்
கூடவா?!
ஓடியாகவே முடிவு தேடாதே
முடிவில் ஓடிய பயணம் இனிக்க வேண்டும்!
நீ தாழ்த்தி நிற்கும் போதெல்லாம்
கடந்தபடி காலம் செல்வது தெரியவில்லையா?
மீண்டு வர இயலாத பாதை இது
காதலித்து, காதலிக்கப்பட்டு தொடரு!
தொலைந்த படி தேடி எடு
வாழ்வின் சுவாரஸ்யம் புரியும்!

இரசிக்கத்தான் வாழ்க்கை::

துன்பம் என்று துவண்டு நின்ற போதும்
இரசித்ததால் ருசியானது வாழ்க்கை!
பறக்க பயமென்று பறவை நினைத்திருந்தால்
நாம் பார்க்காத உலகம் காண முடியுமா?
புன்னகை தொலைந்தபடி நின்றதால் தான்
அதை தேடியே பயணம் சுவாரஸ்யமானது!
பிரச்சனையை இரசித்தபடி நகர்வோம்
வரலாற்றின் பக்கத்தில் ஆச்சர்யக்குறியாய் அவை
மாறும்!
வெப்பம் என்று ஓடும் போது
மரத்தின் நிழலும் சாதனை தானே!
சிறு சிறு இரசனைகளோடு
இதயம் காணும் உலகமே உணர்வானது தான்..!

திருப்பு முனை::

தினம் பார்த்த அதே பயணப்பாதை
சலித்துப் போன கண்களுடன் நாம்!
முடிந்ததென்று நினைக்க அந்த பாதை
வளைவு வந்து தொடங்கியது தான் ஆச்சர்யம்!
வலசை போகும் பறவைக்கு மலை தடையா?
வற்புறுத்தி ஓய்வு தரும் தாயின் தூதுவனோ!
பளிச்சிடும் பகல் போது மென்றால்
இரவு படும் வெட்கத்தை யார் இரசிப்பது!
அடுத்த நொடி தரும் பயம் எதற்கு
இந்த நொடி தரும் தன்னம்பிக்கை போதாதா!

நிஜத்தின் நினைவுகள்::

நினைவுகளென்ற மலர் கொண்டு அலங்கரி
மனம் குப்பைத் தொட்டியாகும் முன்!
அழகான நினைவுகள் போதாதா
அசை போட்டு வாழ்வை இனிதாக்க!
நிஜத்தோடு கொண்ட உறவுகள்
நினைவுகளாய் மாறி நம்மை தாலாட்டக் கூடும்!
அன்பான உயிர்களோடான இப்பயணம்
தீர்ந்து போகாத ஏக்கமாய் நெஞ்சோடு!
காலம் கடந்தும் அழியாத எழுத்துக்கள்
நிஜத்தின் ஏட்டில் இரசித்து கிறுக்கியதால்!

உரையாடல் நேரம்

உலகமே ஓரமாய் நின்று
உரையாடலை கவிதையென இரசிக்க!
இமைகளால் கிறுக்கி விட்ட
இதயத்தின் பாசையோ வார்த்தைகளாய்!
நம்மை நாமே தேடி
தொலைந்த நிமிடங்கள் நிறைந்தபடி!
காற்றோடு வெறுமையாய் பறந்த காகிதங்கள்
அன்பென்ற வண்ணம் பூசி ஓவியமாய்!
முடிவொன்றை வேண்டுவதே இல்லை
மூச்சுக் காற்றே விவாதம் செய்யும் வரை!

இரகசியமாய்

மறைத்து வைத்த படி தொடர்ந்த கதை
அறிந்து கொள்ளும் ஆர்வம் அதிகமே!
கண்கொண்டு பார்க்கும் விஷயம்
கண் மூடிக் கொண்டு உள் என்ன பாடோ!
பட்டென்று உடைத்து விட ஏங்கிய மனம்
பார்வையில் விட்ட மூச்சை இழுத்து பிடித்தபடி!
வெட்கத்தின் பின்னணி,
இரகசியத்தின் காதலி தானோ என்றும்!
நிலவின் பின்னழகு,
என்றுமே மனம் ஏங்கும் இரகசியமே!

மழையோடு இரவில்:

வெப்பச் சலனமாம் அந்த இரவில்
மழை மீது நான் கொண்ட சலனத்தை விடவா?
இரவுக்கு மழை மீது காதலாம்
சாத்தியமா..?இரண்டின் மீதும் எனக்கு என்றால்!
மழையோடு அணைப்பு ஈரமாய்
தலை துவட்டியது இரவு என்னை!
இந்நேரம்..உலகிற்கு என்ன நிலையோ
இவை இரண்டோடும் காதல் கொள்கையில்!
ஜன்னல் இடைவெளியில் நின்றபடி நான்
இரவோடு கை கோர்த்து முத்தமிட்டேன் நான் மழைக்கு!

நிலவின் வெட்கம்:

இரவின் கருமைக்குள் இருப்பதாலோ என்னவோ
புவியின் ஏழு வண்ணம் மீதும் காதல் நிலவுக்கு!
வெட்கம் தோன்றும் சில நேரங்களில்
மேகத்தின் பின் ஒலிந்து அமாவாசை என்றது!
காற்றோடு தொலைந்த பல மனித மனங்களை
இறுக அணைத்தது விடியும் வரையில்!
குளிராகிப் போனது தேகம்
வளர்பிறையின் வர்ணனையைக் கண்டு!
இரசிக்கவே வேண்டாமென்று கதவடைத்தாலும்
மயக்கியே விடுகிறது ஜன்னலோர இரவில்!

தாயாக நீதான்:

எந்நேரமும் உடன் இருக்க இயலாத தாய்க்கு
மாதிரி வடிவமாய் சில உறவுகள்!
புரிதலில் புத்துயிர் பெற்று
புன்னகைக்கு காரணப்பிரியர்களோ அவர்கள்!
ஏங்கித் தவிக்கும் மனம்
என்றும் தேடும் ஆறுதலின் ஊற்றிடம்
வேகமாய் சுழலும் வேற்று கிரகமோ இப்பொழுது
அன்பில் புவியிலொரு வாழ்வு தந்து!
நீண்ட தூரப் பயணமும் இன்பமே,
விரலணைக்க உண்மையான ஒரு உறவு இருந்தால்!

கலைய மறுக்கும் கனவுகள்:

முற்கள் நிறைந்த கடினப்பாதை
ஒருமுறை கூட கலங்கவில்லை மனம்!
எட்டிப் பிடிக்க துடிக்கிறது விரல்கள்
செயலிழந்த சூழ்நிலைகளை இறுகப் பற்றியது!
வெப்பமாய் தோல்விகள் வீழ்த்த நினைக்க
கருமைக்கும் பொலிவூட்ட தில் வேண்டுமோ!
தடைகளுக்கே தடை போட்டு நிறுத்துவோம்
விடை தெரிந்து விடாதா என்ன!
கலைய மறுக்க துடிக்கும் கனவுகள்
வெற்றி நிலை நாட்டும் வரை உறங்காதே மனம்!

காதலில் சுயநலம்:

நடந்து வந்த நானும், பறந்து வந்த பறவையும்
பார்த்து விட்ட மலை உச்சி!
முடிவையே இலக்காய் கொண்டது பறவை
இலக்கே முடிவென்று இரசித்தபடி நகர்ந்தேன் நான்
உலகையே வர்ணித்த கவிஞன்
தன்னை எழுத வார்த்தை தேடுகிறான்!
நமக்குள் தொலைந்த நம்மை
எங்கோ தேடுவது நியாயமா!
உலகையே காதலி
உன்னை காதலித்தபின், நேரம் இருந்தால் மட்டுமே!

சத்தமாய்:

மௌனமாய் முன் வைக்கும் உரிமைகள்,
மதிப்பிழந்து தான் நிற்கிறது சமூகத்தில்!
வேகமாய் தட்டிய பின் தான்
தூசிகள் கூட விலகி நிற்குமாம்!
'சொல்கிறேன்' என்று விடாமல் சொல்லிப்பார்
மலையும் காது கொண்டு கேட்கும்!
சத்தமில்லாமல் விழுந்த நீ
கர்ஜித்து எழு! உலகம் உன் அடைதிக்கு!
தட்டாத கதவுகள் என்றுமே
திறக்க தகுதியற்றே நிற்கிறது!

புன்னகைத்தபடி:

கவலை கறை படிந்த வாழ்க்கை
சிறு புன்னகை கறைத்து விடும் ஆச்சர்யம்!
மேகமாய் கரையும் துன்பங்கள்
மழையென தூவுகிறது சிரிப்பை!
இதழ் இறுக்கமாய் அடம் பிடிக்க
புன்னகைக்க காரணம் தேவையா?
பல மொழிகளில் அறிமுகம் வேண்டாம்
ஒரு புன்னகை போதும் உறவை வலுப்படுத்த!
கஷ்டத்தை பைத்தியகாரனாக்கு
பார்த்து சிரி! ஓடி விடாதா என்ன!
உன்னை சுற்றியும் இரசி
புன்னகை நிறைந்த வாழ்க்கை அழகாகும்!

தேடலில் நான்:

விடியல் விதை விதைக்கப்பட்டதும்
துவங்கி விட்டது தேடல் பயணம்!
எதை எதையோ தேடியபடி மனம்
தொலைந்தபடி நிற்கிறது தினம்!
சூரியன் மறைந்து போன பின்னும்
தேடல் தொடர்கிறது கனவில்!
நம் தேடல் பயணங்கள் முடிந்தாலும்
பாதைகள் என்றுமே முடிவதில்லை!
தேடிப்பிடிக்க வேண்டி ஓடி விடாமல்
தேடியதை பிடித்தபடி இரசிப்போம்
தேடல் பயணம் அழகாகும்!

மௌனங்களின் மொழிபெயர்ப்பு:

மௌனங்களே பெரும் உரையாடலாக இருக்கிறது
சில உறவுகளுக்கு இடையில்!
ஆயிரம் வார்த்தைகளின் எதிர்பார்ப்பில்
ஒரு மௌனமே பேசிடும் அதற்கு அப்பால்!
வானிலைகள் மாறியபடி நின்றாலும்
பேசி விட மட்டும் மனம் வருவதேயில்லை!
வார்த்தைகளுக்கு தடை உத்தரவோ
ஆனாலும் மௌனம் தனி சுகமே!
மௌனங்களை மொழிபெயர்த்தே ஆக வேண்டும்
வெறுமையின் இரகசிய பின்னணி குறித்து அறிய!

இருளின் மொழியில்:

உறக்கம், விரும்பியே வெறுக்கப்படுகிறது!
இருளின் அழகைக் காண வேண்டியே!
நட்சத்திரங்கள் கூடிப் பேசுகின்றன
அவை கண்ணடித்த வெட்கத்தின் அழகு பற்றி!
வீதியோரம் நடந்து இரசிக்கையில் உணர்ந்தேன்
தெருவிளக்கின் கதகதப்பை அந்த இருட்டில்!
அடையாளம் தெரியாத வண்டின் இசை
இரவு ஏங்கும் இசைக் கச்சேரி தான்!
பேரமைதிக்கு இடையில் மரங்களின் உரையாடல்
தானாய் மௌனமாக்கியது என்னை!

நதியில் சருகு போல:

கிளை தவற விட்ட சருகு ஒன்றை
நதி ஏந்திக் கொண்டதாம்!
வாய்ப்பொன்றை தவற விட்ட பின்னும்
'விடாமுயற்சி' என்னை அணைத்துக் கொள்ளும்!
இலக்கை அடைய குதித்திடு கிளையை விட்டு
பாதை தானாக பிறக்கும்!
நமக்கான நதியைக் கண்டு -அதில்
விழுந்த சருகு போல் ஓடிடுவோம் நில்லாமல்!
எட்டிப் பிடிக்கும் இலக்கு என்றுமே
விலை மதிப்பற்றதே!

இசையோடு இந்த நொடி:

உலகமே ஓசையற்று கிடக்கும் தருணம்
இசையோடு இந்த நொடி!
நாடி நரம்புகளுக்கெல்லாம் கேள்வி
உயிர் பிழைப்போமா? அதிவேக இசையில்!
வயது அறுபது ஆகி விட்டது
இந்த நாற்காலியின் இசை மேல் அதீத காதல்!
'கிழவனுக்கு குசும்பு' என்று
என்னவள் கூறுகையில் பேரின்ப இசை!
இப்படியே அவள் மடியில்
என் உயிர் பிரிகையில்
மீண்டும் ஓர் துவக்கம் இசை சாம்ராஜ்யத்தில்!

இரயில் விட போலாமா:

இரவென்ற வெறுமையை நிரப்பியது
இரயில் வண்டியின் சடுகுடு சத்தம்!
தென்றலோடு சண்டையிட்ட தருணம்
குழந்தையாய் மாறிப் போன மனம்!
வேகமாய் ஓடிய மரங்கள்
எட்டிப் பிடிக்கவே ஆர்வம் துளிர்விட்டது!
முன்னோக்கி சென்ற இரயில் பெட்டி
நினைவுகளை பின்னோக்கி தள்ளியது!
உதடுகள் மௌனம் காக்க
சிமிட்டலே தேவையற்றதாய் ஆனது
இரயில் வண்டியின் அணைப்பு!

நீளும் இரவு:

இரவில் தொடர்ந்த பயணம் முடிந்த போதும்
இருட்டு தொடர்ந்தபடி இருந்தது!
யாரை காதல் செய்வதோ
இவ்வளவு பேரழகில்!
இமைகள் ஏங்கித் தவிக்கிறது
இரவை மையிட்டு பூசிக் கொள்ள!
வெட்கம் வம்புக்கு வருகிறது
நட்சத்திரம் கண்ணடித்து காண்பதில்!
வீராப்பு வந்து ஒட்டிக் கொள்கிறது
வேண்டாமப்பா இந்த இரவின் காதல்
பின் என்னவளை எங்ஙனம் சமாதானம் செய்வது!

வார்த்தையின் சிறகுகள்:

இப்படியும் சில உறவுகள்
மௌனதிற்கு பேர்போன மனங்களோ!
பேச கோடி விஷயம் இருக்கும்-ஆனால்
வந்து விழும் வார்த்தையோ விரலின் கணக்கில் தான்!
நிலவே வெப்பமாய் மாறிப் போனாலும்
நிஜமாய் மறதி தான் மௌன மொழிக்கு!
புத்தர் சிலைகள் புத்தி சொல்லும்
அவர்கள் மொழியற்ற உரையாடலுக்கு!
வார்த்தைகள் சிறகுகளை வரம் கேட்டன
இப்படியாவது பறக்குமா இதயம் என்று
மௌனமாய்!!

முகவரியற்ற கடிதம்:

பேனா மையில் கொட்டிவிட்ட உணர்வுகள்
காகிதங்களை கட்டியணைத்து கடிதங்களாய்!
நான்காய் மடங்கிப் போனது
நாம் கொண்ட காதல் துளிகள்!
நலமறிய ஆவல் தான்
நறுமுகை, அவள் அழகில் மயங்கியதால்!
என்னையே எழுத்தாய் அச்சடித்து
அனுப்ப வேண்டிய முகவரி மறந்தேன்!
ஆயிரம் யோசனை வந்தே போனாலும்
மறதியால், கடிதம் அறையை நிரப்பியது!

பிடிவாதமாய்:

நிலவுக்கு சூரியனிடத்தில் பிடிவாதமாம்
உன் முகம் காண ஆசையே வேண்டாம் என்று!
அவள் பேசா நிமிட கோபமெல்லாம்
இரசிக்க வைக்கும் குறும்புகள்!
வேண்டாமென்று, சுவாசம் தீண்டினாலும்
மனதிற்குள் கல்லறையே வெட்டுவாள் வெட்கத்திற்கு!
நெருப்பால் பொசுக்கும் சூரியனாம் நான்
என்னையும் தானே குளிரூட்டி கட்டிப் போடுகிறாள்!
உலகே இரசிக்கிறது நிலவென்ற அவளை
ஒருநாள் கூட எனக்கு அனுமதியில்லை
என்ன நியாயமோ இது!

நொடிக்கு நொடி:

நொடிக்கு நொடி கூடிப் போகிறது
இரசிக்க தூண்டும் அழகுகள்!
கவலைகளையும் இரசனையின் பட்டியலில் சேர்,
காணாமல் போய்விடும் நொடிகளில்!
நாம் நகர்ந்த பாதை - பலரையும்
நகலெடுக்க தூண்டனும்! தனித்துவமாய்!
நொடிப் பொழுதில் மாறி விட்ட மனித மனம்
நிழல்கள் நிஜமாய் மாறிப் போனதோ!
தேடிப் பிடிக்க தூண்டும் கதையாய் இரு
முடிவுரை தேவையற்றதாகிப் போகும்!

ஜன்னலோர தேநீர்:

இதழ் சுறுசுறுப்பாகிப் போனது
தேநீர் வைத்த ஒரு முத்தத்தில்!
இன்னும் அணைப்பு கிடைக்குமா என்றே
கிளம்பிவிட்டன ஆவி தேநீரை விட்டு!
தாமதமாகிப் போகுமோ?
இந்த வெப்பம் மழைக்கு சொந்தமாகி விட்டால்!
சுவை தான் கூடிப் போகிறதே
இந்த ஜன்னலின் ஏக்கப் பிழையோ?
தீர்ந்து விட்டது தேநீர் சொட்டு
கதகதப்பு நீங்கவில்லை குவளைக்கும் விரலுக்கும்!

தனிமையின் தூரிகை:

தனிமை எனும் மையிட்டே
பலரும் கவிஞராக தீட்டியிருக்க ஓவியம்!
அந்திமாலை நேரம்
வானம் வசப்பட்ட கவி நொடிகள்!
ஈரக்காற்று என்னை
உசிப்பி விட்டு சுகம் கூட்ட!
உரையாடலுக்கு ஒருவருமில்லா
தனிமை தூரிகையின் மடியில்!
இந்த இனிமை தாண்டி எழுந்து
வந்த வரிகளே கிறுக்கலாய்!

திருடிய வரிகள்:

கால் போன போக்கில்
எண்ணமும் நகர்ந்த வேகத்தில்!
கண்டெடுத்தேன்
மை நிறைந்த பேனா ஒன்றை!
கிறுக்கி விட்டேன் சில வரிகளை
கவிதை என்றனர் பலர்!
யாரோ, கவிஞன் கொண்டிருந்த
கற்பனை நிறைந்த பேனாவோ அது!
என்னையும் கவிஞனாக்கியது
திருடி விட்ட வரிகள்!

காலடி சப்தம்:

அசதி வாட்டிய போது
உறக்கம் வந்து அணைத்த நொடிகள்!
விழிக்கதவை பூட்டிக் கொண்டு
அமைதி தருணத்தை கடந்து கொண்டிருக்க!
இதயம் இரு நொடி
வேகத்தைக் கூட்டிக் கொண்டு துடிக்க!
என்ன வகை போதைப் பொருளோ
அவளின் காலடிச் சப்தம்!
இனி உறக்கம் எங்கே போகுமோ
திருட்டுத் தனமாய் வந்த அவள்
தந்து விட்டுச் சென்ற இரசிய ஸ்பரிசத்தால்!

என் அறையில்:

என் அறையில்
நிறைந்திருந்தது நினைவுப் பொக்கிஷம்!
ஆயிரம் எதிர்ப்புகளானாலும்
அணைத்துக் கொண்ட அறை மீதே காதல்!
ஜன்னல் தூவிய தென்றல் காற்று
அசைந்து தலையாட்டிய புகைப்படம்!
சுவரெங்கும் நான் சொட்டி விட்ட
மைத்துளிகள் வரிகளாய் மாற ஆர்வமாய்!
ஆவி பறக்கும் தேநீர் குவளை
அழகான புத்தக நிமிடங்கள்!
நான் வாழ்ந்து முடிக்க
இந்த நான்கு சுவர் போதாதா!!

படிக்க மறந்த பக்கங்கள்:

இயந்திர ஓட்ட வாழ்க்கை
இதமாய் சில நொடிகள் ஓய்வுக்கு!
பூங்கா மேஜை அமர
பூக்களோடு மரம் நிழலுக்கு!
பாதியில் நிறுத்திய இரவுக் கதை
தொடர்ந்த வேகத்தில் பக்கம் புரட்ட!
தூசி வந்து விழிகளைத் தூண்ட
புரட்ட மறந்த பக்கத்தை, காற்று விரட்ட!
படிக்க மறந்த பக்கங்களில்
என்ன கதையோ!
யார் வந்து படிப்பார்களோ!

நிலவின் பின்னழகு:

அறிந்து விடக் கூடாத இரகசியமோ
காட்டி விட முடியாத அழகோ!
அப்படி என்ன இருக்குமோ
அந்த பேரழகின் பின்னணியில்!
யார் மறைத்து வைத்ததோ
பெண்ணின் மனம் போல் இரகசியமாய்!
தேடித் தொலைந்ததுவே மிச்சம்
தொட இயலா இடையழகைக் காண வேண்டி!
ஈரேழு ஜென்மம் கூட எடுக்கலாம்
நிலவு ஒருமுறை பின்னழகைக் காட்டுமென்றால்
கஞ்சனோ அந்த கடவுள்
என்னவளின் இடைபோல் பாதியை மட்டும் படைத்து
விட்டானோ!

காற்றோடு கூந்தல்:

காற்றில் கவி எழுதும் வித்தை
அவள் கூந்தல் ஒன்றே அறிந்தது!
காதோரம் உரசி நின்றது
கவிஞனாய் நான் தவறவிட்ட வார்த்தைகளைப் பாடி!
அடிக்கடி அவள் விழிகளை
தொட்டு இரசிக்கவும் செய்தது!
தென்றலின் வேகத்தில்
நில்லாமல் அவள் தேகம் தீண்டியது!
அவளை முத்தமிட்ட வெட்கத்தில்
பலமுறை பின்னலுக்குள் ஒளிந்தே விட்டது!

கண்ணிமைத்த கணம்:

ஓசையற்ற உலகம்
அவள் கண் பேசியது புரியாத மொழியை!
ஆணையிட்ட இதயம்
அசைய மறுக்கும் கண்கள்!
பத்து மாத உரையாடல் இது
முன்பின் அறியா அவள் பிள்ளை நான்!
ஈரேழு வருட ஏக்கமாம் நான்
முத்தமிட்டு சலிக்கிறாள்! பிறந்த நொடி கொண்டு
பசியால் கண்ணீர் விட்ட என்னை
அள்ளி மார்போடு அணைத்துக் கொண்டாள்!
இன்னும் எத்தனை தியாகமோ
உயிரை பாதியாய் கொடுத்த அவள்!
"அம்மா" என்றழைக்க
உலகமே நானென்று நிற்கிறாள்!

காத்திருந்த நொடிகள்:

அடைவதிலும் ஆனந்தம்
காத்திருந்த நொடிகளே!
எதிர்பார்ப்புகள் கூடி
கற்பனைகள் நிறைந்தொழுக!
எப்படி இருக்குமோ அந்த நொடி
என்ற காத்திருப்பு சுகமே!
வெற்றி கிடைக்கும் வரை
வாய்ப்பின் காத்திருப்பு பேரின்பம்!
ஏணிப்படி தொடும் வரை
எட்டிப் பிடிக்க துடித்த நிமிடம் போதுமே!
கவலைக்குப் பின் பேரமைதி
கிடைக்குமென்றே ஓடிடு!
ஆயிரம் தடைகளையும் உடைத்திட
காத்திருந்த நொடிகள்!

வெட்டப்பட்ட சிறகுகள்:

கதவுகளற்ற இதயத்தினுள்
ஓராயிரம் திறமைகள் யாரும் அறியாமல்!
சொல்லவோ வார்த்தைகள் தேடினால்
கிடைத்தபாடே இல்லையாம்!
கவிஞனாய் மாறி
கவிகளால் உலறி விட்ட போதும்!
சூழ்நிலை என்று பல காரணங்கள்
என்னிடமெல்லாம் இருக்காதென்றே நினைத்தனரோ!
வாழ்க்கை இது, என்று நினைத்ததெல்லாம்
ஒரு நொடியில் வெட்டி விட்ட பரிதாபம்!
வெறுமையாகிய இரவுகள்
கண்ணீரோடு போராடினாலும்
மீண்டு வரும் காலம் குறைவே!

தேடலின் சுவாரஸ்யம்:

தேடித் தொலைந்த
இதயங்கள் பல!
தேடாமல் விட்ட
இரகசியத்தின் சுவாரஸ்யம் தான் என்னவோ!
எல்லையற்ற பாதையில்
எதையோ எதிர்பார்த்தபடி!
தொலைந்து விட்ட போதும்
தீராத ஆர்வம் தேடலில்...

கனவுகளின் மொழியில்:

இரவின் கருமைக்கு
பல வண்ணமிட்ட கனவே!
கனவுகளின் மொழிகள்
வெறுமைப் பெட்டகமே என்றும்!
கூறி விட வார்த்தை இல்லாத போதும்
ஆயிரம் கனவுகளை சுமந்தபடியே மனம்!
இரவின் வேறு உலகம் அது
உணர்வுகளோடு கலந்திட்ட நிலையில்!
ஊரடங்கிப் போனது அமைதியாய்
மனம் மட்டும் ஏனோ நிற்கா நதியாய்!
இருட்டிப் போன நிமிடங்களுக்கு
தீயிட்டு வெளுத்தது கிழக்கு!

ராட்சசி:

அவளக் கண்டேன்
ஆம்! கண்டேன் அவளை
சரியான கொள்ளக்காரி
கேட்பதே இல்லை! இதயத்தை எடுத்துக் கொள்ள
அவளையொரு பிழை செய்யவே தூண்டினேன்
உதடுகளுக்கிடையில் நாக்கு கடிக்கும் அழகு காண!
ஓவியங்களுக்கு நடுவில் நின்றவள்
அதற்கெல்லாம் உயிர் கொடுத்தாள்!
சூரிய வெயில் சுட்டெரிக்க
அவள் மட்டும் ஊட்டிக்கு போட்டியாய்!
அறிமுகமில்லா மழலைக்கு அவளிட்ட முத்தம்
அவள் அன்புக்கு அறிமுகம் செய்தது!

கற்பனை நிறைந்த இரவுகள் :

ஏழைக்கு கிடைத்த அக்சய பாத்திரம்
வறுமை உணரா வாழ்க்கை!
உறவுகள் செழித்திட
உணர்வுகள் மதிக்கப்பட்டது!
நடு இரவில் வேலைக்கு சென்ற மகள்
காத்திருந்தாள் தாய் கவலையின்றி சோறு ஆறிடுமே
என்று!
உறங்க சென்ற மனித மனங்களுக்கு
பிரியா விடை கொடுத்த குறையில்லா சிரிப்பு!
அனைவரும் உணர்ந்த உண்மை
அன்பு ஒன்றே தீரா செல்வம்!
இவ்வாறெல்லாம் ஒரு இரவு
இருக்குமா?!

நிலவொளியின் புன்னகை:

பெரும் கருமைக்கு நடுவில்
நின்ற நிலா சிரித்தது!
சுற்றிலும் இருட்டு பயமாய்
அதற்கே ஒலி தந்து நிலா!
எதிர்மறையான எண்ணங்களோடு
உலா வந்த மேகக்கூட்டம்!
வெட்டி வீசிய நிலவின் புன்னகை...
இப்படியெல்லாமா வாழ்க்கை?
'இப்படித்தான்' என்று நிற்கத் தூண்டுகிறது!
கவலைகள் ஆயிரமாய்
சிரிக்கப் பழுகுங்கள் பத்தாயிரம் முறை!
இரசித்தபடி திரும்பு
கடந்து வந்த வாழ்க்கை
அழகாக்கும் உன்னை!

மறுவார்த்தை பேசாமல்:

வேகமாய் ஓடிப்போன வாழ்க்கைப் பயணம்
திரும்பிப் பார்க்க ஒரு இடைவேளை!
வென்பனிப் பூங்காவில்
கடைசிக்கு முன்னிருந்த மேஜையில்!
கம்பளிக்குள் ஒரு மனம்
நான் தேடித் திரிந்ததுவோ அது!
நெருங்க நெருங்க
குளிர்ந்து போன மனம்!
தெரியாது! என்னைப் பார்த்தால்
அவள் கேட்கும் கேள்வி என்னவென்று!
ஆனாலும் வேண்டும்
பேசியாகவே வேண்டும்!
நடுங்கிய கைகள்
அவள் தோள் மேல் பேசிய உரையாடல்!
துடிக்க மறந்த இதயம்
அவள் கேட்ட "யார் நீங்க"
மறு வார்த்தை பேசாமல் நான்!

எதையோ எதிர்பார்த்து:

நிஜமா?
இது நிஜம் தானா!
ஊர் கூடிய அவையில்
வெற்றியாளர் என்று என்னை அழைக்க!
என் அப்பன் விட்ட
வியர்வைகள், கண்ணீராய் மாறியது!
உன்னால் என்ன முடியும்?
என்ற கேள்விகள் ஓராயிரம்!
உலகிற்கே விடை கொடுத்தேன்
என் பேனா இட்ட காற்ப்புள்ளியில்!
பார்க்க வெறுத்த மனிதர் கூட்டம்
பார்த்து இரசித்த அதிசய தருணம்!
என்ன எதிர்பார்க்கிறேன்?
நான் இன்னும் அந்த மேடையில்!
ஓ! கனவா?
தட்டி எழுப்பினாள் என் தாய்!
தயாராக சொன்னாள்
மாப்பிள்ளை வர நேரம் ஆனதாம்!

காத்திரு கனவே:

மீண்டும் வருவேன்
தலையில் அடித்து சத்தியமிட்டேன்!
காத்திரு
கனவே கலைந்து விடாதே!
என் காதல் பொய்யில்லை
சாதனையாளன் பட்டம் வேண்டி!
இரணத்தின் மேல்
இரணமாகி நிற்கிறேன்! பரவாயில்லை...
கடைசி மூச்சேனும்
உன்னை வந்து சேரும்!
அன்று
பெற்றதற்கு பெருமை கொள்வாள் அவள்!
என்னை ஈன்றவளுக்காகவாவது
காத்திரு கனவே!

என் உயிர் அப்பா:

உயிரின் விளிம்பில்
கதறிய அவள்! பெண் பிள்ளையாம்
வான் முட்டும் ஆனந்தம்
என் அப்பனின் இளவரசிக்காக!
முதுகில் தவழ்ந்தபடி
மூச்சிறைக்க முத்தமிட்ட நொடிகள்!
கால் கடுக்க மிதித்த
மிதிவண்டிக்கும் காதலாம் அவள் மேல்!
அவள் சிரிக்க
வியர்வைத் துளிகளை மறைத்தான் மழையென்று!
"என்ன பெத்த ஆத்தா"
என்றே கொஞ்சுவாராம்!
விளக்கமுடியா வேதனையாம்
அவள் மறுமகனோடு நிற்கையில், சிரித்தபடி!
முடிந்து விடும் பந்தமா இது
இல்லை கடைசி மூச்சிலும் சுமப்பாள்
அவள் நெஞ்சில்!

மௌனப்போர்:

வார்த்தைகளற்ற
போராட்டம் அந்த பனி இரவில்!
அதிசயப் பெண் அவள்
ஆர்வம் தூண்டும்!
துருதுருவென
ஓடித் திரியும் அவள்!
இன்றைக்கே
புரிகிறாள் அமைதிப்போர்!
ஏன் இந்த மாற்றம்
என்னோடு நிற்பதாலோ என்னவோ!
பெண் பார்க்க வரும்
நேரமா இது! என்று பனி தலையில் கொட்ட!
சம்மதம் சொன்னால் தான்
என்னை முத்தமிடுவாயா? என்றது தேநீர்க்குவளை!
அவள் கண்களுக்கும்
குவளைக்கும் இடையில் சிக்கிக் கொண்டு !
என்ன பேசுவேனோ நான்
அவள் அப்பன் கூற்றாய்!

ஈர உதடு:

சொட்டி விடத் துவங்கிய
மழைத்துளிகள்!
அடம் பிடித்து
நனைந்த அவள் குறும்புகள்!
எதேர்ச்சையாக
ஈரமாகிப் போன அவள் உதடு
அந்த ஈரம் வீணாகிப்
போகுமே! தவித்த என் இதயம்!
ஈரம் உதட்டில் மட்டுமே
இதயத்தில் இல்லை! கள் நெஞ்சக்காரி!
அவள் தாவணியாக இருக்க கூடாதா!
ஒத்தனம் இட்டேனும் பிழைத்திருப்பேன்!
இப்படி மயங்கி
கிடந்தேன் மழையிலும்!

எழுதக் குவிந்த வரிகள்:

அம்மாவோடு செல்லமாய்
சிறு சண்டைப்போர்!
வீட்டை விட்டு
வெளியேறிய குறும்பு!
தெருவெங்கும் நிறைந்திருந்த
தாயில்லா பிள்ளைகள்!
பதறிப்போன மனம்
இப்படியும் ஓர் வாழ்க்கையா என்றே!
எங்கே போனாள்
பத்து மாதம் பத்திரப்படுத்தியவள்!
சிறுபிள்ளை ஒன்று பசியில்
அந்த தாய் மார்பு இந்நேரம் துடித்திருக்காதா?
பச்சிளம் குழந்தை ரோட்டில்
பேசாமல் கருவிலேயே காலத்துக்கும் இருந்திருக்கலாமே!
புரியவே இல்லை, குற்றம்
தாய் மீதா? சமூகத்தின் மீதா? என்று
பசியொன்று வாட்டுகிறது
கை நீட்டி தூக்கத்தான் ஆளில்லை
கோடானகோடி மக்களில்!

துணிந்து செல்:

நடுங்கிய கால்களுக்கு
உயிர்க்கொடு!
'முடியாது' என்ற வார்த்தைக்கு
முற்றுப்புள்ளி வை!
முகத்திரை மாட்டிக் கொண்டு
நடிக்காதே! நெஞ்சம் நிமிர்ந்து நில்
ஏளனச் சிரிப்புகள் ஏராளம்
ஏறி மிதித்து விட்டுப் போ!
சரியான பாதையா
மறு யோசனை வேண்டாம் ஓடு!
உண்மை உனக்கிருந்தால்
ஊராரால் எதிர்பேச்சு முடியுமா, என்ன?
உயிர்களுக்கு அன்பைக் கொடு
உள்ளம் தெளிந்து செயல்படு!
"ரௌத்திரம் பழகு "
சொன்னானே என் பாரதி!
மனிதனாய் இருக்க முயலு,
வெற்றி தானாக உன்னைச் சேரும்!

பாரதியின் கண்ணம்மா:

கண்ணிமைக்குள் ஒளிந்து கொண்ட
வெட்கம்!
திமிர்கொண்ட
அவள் பார்வை!
நியாயம் மட்டும் பேசும்
அவள் உதடு!
கம்பீரப்போர் வாள்
அவள் கைகள்!
துணிந்து செயல்பட்ட
தனித்துவப் பேச்சு!
சமூகத்தை சாதாரணமாக எதிர் கொள்ளும்
திமிரான கண்கள்!
கூந்தலும் கருத்து பேசிய
அதிசயப் பெண் அவள்!
இடையொன்றைக் காணவில்லை
சேலைக்குப் பின் மறைக்கப்பட்டிருந்தது!
அவள் பாதையில்
தடைகளை தூக்கிச் சுமந்து சென்றாள்!
இருக்குமோ! ஒருவேளை
என் பாரதி கண்ட புதுமைப்பெண்
கண்ணம்மா!!

தீராத காதல்:

உலகே இரசிக்கும் வண்ணம்
இருக்க வேண்டும் என் காதல்!
தாய்-தந்தை மகிழ்ந்து
வாழ்த்தும் பேரவையில்!
பற்றினேன்
என்னவளின் கரங்களை!
உண்டு மகிழ்ந்தோருக்கு பெரும்மகிழ்ச்சி
எனக்கும் கூடத்தான்!
யார் சொன்னது
கல்யாணம் பின் காதல் வராதென்று!
எனக்கு வந்தது தீராத காதல்
என்னவளை அவள் அப்பனிடமிருந்து பெருகையில்!
அவள் கனவுகளை மறந்து
என்னை குடும்பமாக்க வருகிறாள்!
ஏந்திக் கொள்வேன்
நெஞ்சங்களில்!
மாறிக் கொள்வேன்
பகலில் குழந்தையாகவும், இரவில் தாயாகவும்!
பற்றிக் கொள்வேன்
அவள் சலித்துப் போன பாதங்களை!
பெற்றோரை பிரிந்த ஏக்கம்
மார்போடு அணைத்துக் கொள்வேன்!

ஜன்னலின் தனிமையில்
தேநீர் கொடுத்து சாய்த்துக் கொள்வேன்!
மழை வரும் போது
குடையாக அவளை நனைப்பேன்!
மகனாய் மாறிடுவேன்
அவளைப் பெற்றோருக்கு!
அவள் கூந்தலில் தொலைந்து
பாதங்களில் மீண்டெழுவேன்!
அணுவிலும் இரசிப்பேன்
அறுபது வயதாகி கண்ணம் சுருங்கினாலும்!
நடக்க நடுங்கினாலும்
என் விரல்களோடு அணைத்துக் கொள்வேன்!
மாலை நேர நடைச் சுற்றுலா
கிழவனுக்கும் கிழவிக்குமான குசும்பு!
அறுபது ஆண்டுகால காதல்
முடித்திடுவோம் கல்லறைக்கும் சேர்ந்தே சென்று!
தீராத காதல் என்னவள் மேல்!

பழைய டைரி:

நீண்ட நாள்
காத்திருந்த என் பழைய டைரி!
தூசு தட்டினேன்
என் மனதிற்கும் சேர்த்து!
விறுவிறுவென
காற்றில் புரண்ட பக்கங்கள்!
மூக்கை துளைத்த
மக்கிய நெடி!
திரும்பிய காகிதம்
நின்றது ஒரு கிழிந்த பக்கத்தில்!
நீல நிற மை
அச்சுப் பட்டு புரியாமல் இருக்கவே!
கடகடவென
மனம் ஒப்புவித்தது!
மறக்க முடியுமா?
அந்நாளை!
தாடையில் அடிபட்டு
இரத்தம் என்னை பயம் காட்ட!
அவன் சட்டை கிழித்து
இரத்தம் நின்றதே
மறக்க முடியுமா அந்நாளை!

தலையணை:

இயந்திரம் போல்
ஓடியே ஆக வேண்டிய வாழ்க்கை!
கண் சோர்ந்து
தூக்கம் அழைக்க!
"சாப்பிட்டு விட்டு தூங்கு"
அம்மா ஒரு பக்கம் கூச்சலிட!
பாயை
பாதியாய் சுருட்டி விட்டு
சோற்றில் இரசமோ
இரசத்தில் சோறோ போட்டு உண்டு!
உதட்டின் எரிச்சலோடு
போர்வையை தேடி எடுத்து!
காலில் தொடங்கி
மார்பில் வந்து நின்றது!
ஏதோ குறைவது
போல் தோன்றி!
தலையை டமாரம் என
வைக்கவே! தலையணையைக் காணோமாம்!
எட்டி விழுந்து
உடன் பிறந்தவரிடம் பிடுங்கி வைத்தாயிற்று!
இப்போது வரும் உறக்கத்திற்கு
ஈடு உண்டோ இந்நாகரிக உலகில்!

தொன்னூறுகளில்:

நர்மதா

அழகியல் வாழ்க்கை அது
ஆண்ட்ராய்டுகள் இல்லாத காலம்!
தாய் தந்தைக்கு பயந்து
நடுங்கிய நாட்கள் நெஞ்சோடு!
ஒரு ரூபாய்க்கு வாங்கிய
எட்டு வித மிட்டாய்!
பள்ளிக்கு வெளியில்
மிட்டாய் விற்ற பாட்டி!
கணக்கு டீச்சருக்கு பயந்து
அழையா மேஜை தூக்கும் பணி!
ஒன்றுக்கு இரண்டாய் பெற்ற
சத்துணவு முட்டை!
எட்டாம் வகுப்பில்
துளிர்விட்ட முதல்காதல்!
அவள் நினைவாய் எடுத்த
உதிர்ந்த கனகாம்பரப் பூக்கள்!
மரத்தில் வெட்டிய
காதல் கல்வெட்டுகள்!
முதல்முறை கை கோர்த்து
விளையாடிய பெண் தோழி!
சைக்கிள் வாங்கிய
நெகிழ்ச்சி தருணம்!
தீபாவளிக்கு வாங்கிய துப்பாக்கி
பொங்கலுக்கும் இன்பம் தரும் !
நண்பனோடு பகிர்ந்த
கள்ளிப் பழம் முள்ளோடு!
நினைவுகளாய் மாறிய
நீல மை நிறைந்த சட்டை!
பொக்கிஷமாக மாறிய
அன்பான உறவுகள்...

நகர மறுக்கும் பொழுது:

காலை நேரமே
ஓட்டிக் கொண்டு வந்தாராம் ஆடுகளை!
இப்பொழுதுதான்
உச்சிக்கு வந்திருக்கிறான் சூரியன்!
நான் நின்ற அதே மரம்
அந்த தாத்தாவுக்கும் நிழல் தரவே!
எனக்கும் வேலையில்லை
அவரும் வெயிலுக்கு போக விரும்பவில்லை!
பேசத் தொடங்கினார்
அவர் காதல் கதையை!
காதுகளும் கேட்க
ஆர்வம் காட்டி நின்றது!
இதோ இந்த மரத்தடியில் தான்
பார்த்தாராம் அந்த அழகியை!
ஆடு மேய்த்த அவளை
கரம் பிடித்தாராம்!
பாவாடை சட்டையில்
திரிந்த அவள் வெட்கம் மீது காதலாம்!
இவர் முகம் சிவக்க
எனக்கும் வெட்கம் தான்!
புதிதாய் இருந்தது
இந்த காதல் கதை!
இன்னும் வீட்டிற்கு சென்றதும்,
கொஞ்சுவாராம் அந்த கிழவியை!
வயது முதிர்வு அவர்களுக்கு மட்டுமே
அவர்களின் காதலுக்கு இல்லை!

நிரந்தரமில்லா உலகில்:

காற்றில் எழுதப்பட்ட
எழுத்துக்களாய் ஒரு வாழ்க்கை!
நாளைய பயணம்
தொடருமா?சந்தேகம் தான்
நிலையற்ற நேரங்கள்
தான், நம் கையில்!
கல்லறைக்கும்,கருவறைக்கும்
இடையிலொரு சிறு அறை!
இப்படி ஒரு உலகில்
அன்பு செய்ய யோசிக்க வேண்டுமா?
குறைவில்லாமல்
நேசிப்போம்,எதிரி என்றாலும்!
தனிமையில் வாடினால்
இரு வார்த்தை அணைப்பு போதாதா!
இன்னோர் இதயம்
உடைய, நாம் காரணமாகிட வேண்டாமே!
முடிந்தவரை
பரப்பிடுவோம் உண்மையான காதலை!
பெற முடியாத
இடங்களில், கொடுத்து விட்டுச் செல்வோம்!

தோல்வியின் பின்னணியில்:

எதிரியாகப் பார்க்கப்படும்
உயிர் நண்பன் இது!
வெற்றி என்றுமே
அதீத பேரின்பம் தான்!
ஆனால் தோல்வி
சிறந்த ஆசான்!
வாழ்க்கை இதுவென
கை பிடித்து கற்றுக் கொடுத்ததுவே!
கஷ்டங்களுக்கு முடிவு
வெற்றியோ! தோல்வியோ!
நாம் கடந்து வந்த பாதை
கரடு முரடு தான்!
வெற்றி இத்தோடு
முடிக்க வைக்கும் முயற்சியை!
தோல்வி மீண்டும்
அதே பாதையில் தொடர்ந்து ஓட வைக்கும்!
நில்லாமல் ஓடு
தோல்வியே என்றாலும் ஓடு!
கற்ற பாடம்
உன்னை காக்கும் தோல்வியின் பின்னணியில்!

யாரோ இவள்:

உலகத்தின் கருமை
மொத்தமாக விழிகளில் அப்பிக் கொண்டு
விறு விறு நடை
கொண்டு, வேக பயணத்தில்!
காற்றுக்கும்
கத்திச் சண்டை விடுத்த அவள் கூந்தல்!
யுவனின் இசைக்கே
போட்டியாய், அவள் கொலுசின் ஓசை!
மொத்தமாய் சுருட்டி
சொருகிய முந்தானை!
பிரம்மன் விட்டு
வைத்த மிச்சமோ! அவள் கொண்ட இடை!
யாராலும் வரைய இயலா
வரைபடமோ கால்களின் வெடிப்பு!
ஒத்தாசை கேட்டு
ஒட்டிக் கொண்டது காது மயிர்க்கூட்டம்!
துலாபாரம் கொண்டு தோற்றது
இத்தனை அழகும்!
அவளின் ஒரு கள்ளச்சிரிப்பில்!

தடை அதை உடை :

ஆயிரம் தடைகள் வரட்டும்
ஆணித்தரமாய் நீ இருந்தால் போதும்...!
அந்த ஆண்டவனே நினைத்தாலும்
உன்னை அசைக்க முடியாது!
முட்டி மோதிப் பாருங்க
முடியலனு மட்டும் விட்டுறாதீங்க!
ஆசைகளை அழக்க அழக்க
மறுபுறம் கொன்று கொண்டே இரு தயக்கத்தை!
இருட்டில் பயந்து கண் சிமிட்டாதே
உன் தீப்பார்வையில் வெளுக்க வை கிழக்கை..!
காலை குத்தும் முள்ளை சேகரி
வென்ற பின் கோட்டைக்கு பயன்படும்!
தூரமாய் நின்ற உன் கனவுகளை
அன்னார்ந்து பார்க்காதே!இவ்வளவா?!!!..என்று
தயங்கச் சொல்லும் மனதை...
நான் கால் வைக்கும்
ஒரு சிறு படி தான் நீ என்று
திமிரோடு நில் ......!!!!
உன்னை வெல்ல ஒருவனும்
இல்லை உலகில்...!

நில்லாமல் ஓடு...
நீ நிற்கும் இடம், பலருக்கும் பெரும் கனவாய் மாறிப்
போக வேண்டும்!
உன் வாழ்க்கை வரலாறு ஆவது பெரிதில்லை
அந்த வரலாறை நான்கு பேர் தேடி படிக்க வேண்டும்!
சாவிற்கும் சவால் விடு
நின்றிடுமா உன் முன்??!!
தடைகளுக்கும்,தயக்கங்களுக்கும்
இன்றுடன் முற்றுப்புள்ளி வை..!
காற்புள்ளி வைத்து ஓடு,,,,
உன் கதைக்கு முடிவுரை நீதான் கொடுக்க வேண்டும்...!
தயக்கங்கள் அல்ல...!
ஓடு நண்பா! உன்னால முடியும்..!

இந்த இரவெல்லாம்:

இரவென்ற வெறுமை நிறைந்து நிற்க
நம் கண்களின் உரையாடல் அங்கே நிரம்பி திகட்ட..!
குளிர்ந்த காற்று கூட்டமாய் திரண்டு வர
மொட்டை மாடியில் இரவோ தனிமையில்
போராடியதோ..!
இரவின் தனிமைக்கோ உதவி செய்யவே
நம் சந்திப்பு இரகசியமாய் இந்த தருணத்தில்..!
ஊரே இரவின் கருமையில் தத்தளிக்க
நமக்கு மட்டும் நிலவு மிக அருகாமையில்
நீ நிற்கிறாய் என்பதால் இருக்குமோ...!
பேரமைதி தான் அங்கே இருந்தாலும்
பெரும் போரே நடக்கிறது மனதினுள்
பேசித் தொலையேன்டி! என்ற சமாதான பேச்சு
வார்த்தையுடன்..!
இனிமேலும் காத்திருந்தால் சூரியனே கோபத்திற்கு வந்து
விடுவான்
நான் தான் முதலாய் பேச வேண்டுமா? பேசுகிறேன்!
பேசவா?? என்று கண்களால் அசைத்தேன்...!
ஒருவித வெட்கத்தோடு அவள்
தலையசைத்தபடி "ம்" என்றாள்..!
தலையசைத்த வேகத்தில் அசைந்த அவள்
கம்மலுக்குள் தொலைந்தேன் நான்..!
கண்ணிமைக்காமல் பார்த்த என்னை அவள்
பேசி தட்டி எழுப்பினாள்..!
எல்லாம் கனவு உலகத்தினுள் நடக்க
ஒரு சத்தம் எங்களை தொல்லை செய்ய வந்தது
கணவன்-மனைவி இருவருக்கும் மொட்டை மாடியில்
என்ன வேலை என்று
இந்த இரவெல்லாம் அவள் பேசினாள்
தலையாட்டி நான் இரசித்தேன்..

என் நண்பன்:

யார் இவன் !யாராக இருக்கும்
என்ற கேள்விகளோடு தொடங்கிய உரையாடல் பயணம்
...!
பல நேரங்கள் கோபித்துக் கொள்வான் ..!
இயற்கையோடு நின்றபடி அவன்
வழி நெடுகிலும் நிறைந்து நிற்கிறான் அன்பினால்..!
வரலாறுகள் ஏதும் அறியாதவையே
இருந்தபோதும் தீராத நம்பிக்கை எனக்குள்
அவனின் நட்பு ஒன்றே
என் நம்பிக்கை உடைக்காத தருணமாய்...!
இனிவரும் நாட்களில் பகிர்வோம்
அன்பை தீர்ந்து போகா நம் நட்பினால்..!

மௌனமாய்:

பேசாத மௌனங்கள் என்றுமே அழகானது தான் ...
அவளிடம் அந்த மௌனத்தையே இரசிக்கிறேன் நான்,
அவள் செய்யும் அந்த அழகான குறும்புகளை இரசித்தபடி
...
அவள் சுற்றி இருக்கும் உலகை இரசிக்கிறாள் ..
நான் அவளே என் உலகமென்றே இரசிக்கிறேன் ...
குறும்புக்காரி கண்ணசைவில், ஆயிரம் உரையாடலை
நிகழ்த்தி விட்டாள் ...
இவ்வளவு நேரம் என்னென்னவோ பேசாமல் பேசினாள் ...
போகும் போது போதையாக்கி என்னை கடத்திவிட்டாள்,
பாதி தூரம் சென்று பார்வையை வீசியவளாய்...
என்னவென்று சொல்வது ...
அவள் போன பின்பும் மௌனமாய் நான் ...
எப்போ தான் பேசப் போகிறேனோ...
தூரமாய் நின்று அவளை இரசித்தபடி ...

என் வாழ்க்கை:

பிறந்தது முதல் கொண்டு துவங்கியது
நொடிக்கு நொடி சுவாரஸ்யங்கள் நிறைந்த பயணம்..!
வழி நெடுகிலும் பாடங்கள் நிறைந்த சாலை இது
நான் பார்த்த பல மனிதர்களின் கண்களில்..!
நல்ல நினைவுகளை சேகரித்தபடி நகர்கிறேன்
காலம் போன பின்னே அசை போட வசதியாய்..!
என் பொறுப்புகள் அனைத்துமே நிறைவேற்றினேன்
நல்லவன் நான் என்று காலம் கூற தவறுமா என்ன..?!
நாள் ஒன்று வரக் கூடும்
இதுவும் வாழ்வின் அங்கம் என்றே என் காதல்..!
நெற்றி முத்தமிட்டு சாய்த்துக் கொள்வேன்
கிழவியாய் என்னவள் தடுமாறுகையில்..!
அவளை மட்டுமா?!! என் தாயையும் கூடவே
இரு கரங்களையும் பற்றியபடி இப்பயணம்..!
என் மனம் சொன்ன பாதை இதுவே
எனக்கென்றே உருவாக்கிக் கொண்ட நாள்..!
உறவுகளின் உணவுகள் நிறைந்தபடி
நிஜம் கலந்த இவ்வாழ்வு என்னவளுடன்...!!

மழையோடு இரவு:

மழையோடு இந்த இரவு கற்றுக் கொடுக்கிறது வாழ்க்கை
பாடத்தோடு இரசனையையும் ...
மின்சாரம் அணைப்பு என்று ஒரு நிமிடம் இதயம்
துடிப்பது நின்றாலும்,
பல அழகான விஷயங்களைக் கற்றேன் நான் இசை
என்னை அணைத்தபடி...
இசையின் உண்மை உணர்வு இவ்வளவு அழகா ?
தொலைக்காட்சி இரைச்சலுக்கு நடுவில் கேட்டு கேட்டு
வாடிக்கையாய் போனதால் அறியாமல் போனதே..!
இன்னும் சில நொடி இதயத்தின் குளிர் இப்படியே
நீடிக்குமா...
இந்த நொடியில் அனைத்துமே மறக்கிறதே,
சில நிமிடத்திற்கு முன் வரை இருந்த காயங்கள் யாவும் ...
யுவனின் இசை இன்னும் குளிரூட்ட ,..
கரைந்தே போகிறேன் நானும்,...
மாலை நேர இதம்...கருப்பாய் மாறிப்போன கவலைகள் ...
கொஞ்சமாய் நனைந்த என்னை கொஞ்சியே தீர்த்து
விட்டது மழைச் சொட்டு ...
இன்னும் கொஞ்சலை எதிர்பார்த்தே நின்றேன் நான் ..
சட்டென ஒரு தீப்பார்வை என்மேல் ...
திருட்டுத்தனமாக பொருமையாய் திரும்பினேன் ...
கண்களில் தீயை கொண்டவளாய்..
என்னை விட பெரிய கவிஞனாய் இருப்பால் போல,,
நான் அறியா மொழிகளிலெல்லாம் என்னை ஒரு திட்டு,
எனக்கு இதமளித்த பாவத்திற்கு அந்த மழையை ஒரு
திட்டு என்று திட்டி தீர்த்து விட்டாள்...
அது வேற யாரும் இல்லங்க ...அம்மா தானுங்க..

அவளோடு நடக்கையில்:

உயிரின் அர்த்தங்கள்
உணர்ந்தேன் அவளோடு நடக்கையில்!
அவ்வப்போது தோன்றுகிறது
என் விரல் பிடிக்க துடிக்கிறாளோ என்று!
என் பாதங்களை பின் தொடர்ந்த
அவளும்..!
அவள் சுவாசத்தை பின்தொடர்ந்த
நானும்..!
அடிக்கடி என் சட்டை பிடித்து
ஏதோ கேட்கிறது ,காற்றில் அவள் தாவணி!
சிறுபிள்ளை போல் வேடிக்கை
வேறு, நான் அவளையும்!
நொடிக்கு இரு முறை ரோட்டைக் கடக்கிறேன்
குழந்தை போல் என்னைப் பற்றிக் கொவதால்..!
"கவனமாய் கூட்டி வாருங்கள்"
அவள் குறும்புக்காரி என்பதால் மாமனார் கூறியது!
அறியாத ஒன்றே
இந்த பாதை காணும் முடிவு!
தொடர்ந்தாலும்
முடிந்தாலும் அவளோடு மட்டுமே..!

என் இதய வரிகள்:

உண்மையான அன்பைப் பகிர்வோம்
உடைந்து போகும் நொடிகளிலும்!
மலைபோல் தொடரும் போட்டிகளை
வென்றிடும் விடாமுயற்சியுடன்!
யாரென்ன சொன்னாலும்
மனதின் மொழி கேட்கட்டும் சத்தமாய்!
தேர்ந்தெடுத்து ஓடு...
சரியான பாதையென்ற உறுதியில்!
காதலிப்பதை விட
காதலிக்கப்படுவது சுவாரஸ்யம்!
தடைகளை தகர்த்திடு
தாமதமான தோல்வி கூட வெற்றியே..!
உனக்கான பாதையை உருவாக்கி
அதை சீரமைத்துக் கொள்..!
நிரந்தரமற்ற வாழ்வு
சந்தோஷத்திற்காக போராடுங்கள்!
இருப்பதை பகிருங்கள்
இல்லாதவர்கள் என்ற நிலையே இருக்க வேண்டாம்!
போராடுவோம்,
வெற்றி கிடைக்கும் வரை அல்ல
இந்த உலகில் அன்பு தேவைப்படும் வரை...!
உண்மையான அன்பைப் பகிர்வோம்...!

பேனாவின் இதயம்:

துடிக்க ஒருபோதும்
மறந்ததில்லை மையிட்டு நிரப்பி!
கவிஞனின் இதயத்தை
அழகாய் வண்ணம் தீட்டி வார்த்தை ஓவியமாய்!
உணர்வுகள் ஊற்றாய்
கிறுக்கி விட்ட இதயத்துடிப்பு!
உயிரையே விட்ட போதும்
உன்னை விட மனம் நினைத்ததில்லை!
சுவாசம் பகிர்ந்து கொண்டோம்
பல முறை நீல நிறமிட்டு!
வாழ்வின் இறுதி நொடியானாலும்
உயிரை நிரப்பி உன்னை வாழ வைப்பேன்!
நானில்லா உலகில்
என் பேனாவும்,கிறுக்கல்களும் கால் பதிக்கும்!

இவர் பெயர் நர்மதா. அவர் பிறந்த இடம் ஈரோடு மாவட்டம். அவர் இளங்கலை ஆங்கில இலக்கியம் முடித்திருக்கிறார். ஒரு பிரபல எழுத்தாளராக வேண்டும் என்பதே அவருடைய கனவும் ஆர்வமும். அவரது மன அழுத்தம் காரணமாக அவர் எழுத ஆரம்பித்தார். அது அவருடைய பேனா முனையை மிகவும் வலுவாக்கியது. அவருடைய எழுத்துக்கள் மூலம் மற்றவர்களை மகிழ்விப்பதில் அவர் எப்போதும் மகிழ்ச்சியடைகிறார். தான் இரசித்த உலகை அவர் பார்வையில் அனைவரையும் இரசிக்க வைப்பதே அவரின் மிக முக்கிய குறிக்கோள்.